क्रांतीच्या दिशेनं...

अक्षय पांडुरंग साळवे

Copyright © Akshay Pandurang Salve
All Rights Reserved.

This book has been published with all efforts taken to make the material error-free after the consent of the author. However, the author and the publisher do not assume and hereby disclaim any liability to any party for any loss, damage, or disruption caused by errors or omissions, whether such errors or omissions result from negligence, accident, or any other cause.

While every effort has been made to avoid any mistake or omission, this publication is being sold on the condition and understanding that neither the author nor the publishers or printers would be liable in any manner to any person by reason of any mistake or omission in this publication or for any action taken or omitted to be taken or advice rendered or accepted on the basis of this work. For any defect in printing or binding the publishers will be liable only to replace the defective copy by another copy of this work then available.

अन्यायाच्या विरोधात आपआपल्या परीने बंड करणाऱ्या कालकथित अमोल वाघमारे तसेच त्यांच्या सारख्या जगातील सर्व तरुण - तरुणींना समर्पित...

अनुक्रमणिका

प्रस्तावना	vii
ऋणनिर्देश, पावती	ix
1. क्रांतीच्या दिशेन...	1
2. महाराज तुमचं नाव घेणं खूप सोपं...	3
3. माणसाची कविता	5
4. आम्ही आदिवासी	6
5. एकदा बाबासाहेब समजून घेता आला पाहिजे.....	8
6. स्त्री अबला असते , मी मानलं नाही....	11
7. जे माझं काही तुझी पुण्याई	13
8. तुझ्यावर प्रेम करण्या अगोदर	15
9. तु सर्वकाही	17
10. नीट वाच पोरी माझी पण कविता ...	18
11. चल तुला आंबेडकर दाखवतो	20
12. बाई	22
13. संविधानाचं गाणं वाजू द्या	24
14. म्हणजे तू भीमापेक्षा मोठा झालास ?	26
15. तर सत्तेमध्ये भागीदारी असती	28
16. रात्रीची झोप कशी येते ?	30
17. लॉकडाऊन...	33
18. कायदा आमच्या बापाने लिहलाय ...	35
19. दिसावं प्रिये...	37
20. साहीबा	39
21. अखेर छप्पन इंचाची छाती	41
22. युवा नेता...	43

• v •

अनुक्रमणिका

23. जय भिमच्या निमित्ताने ! 46

24. साहेब सांगा ना, तुमच्या आशेवर कुठंवर झुलायचं ? 48

25. महान रमाई 50

26. मला पांडुरंग दिसतो... 52

27. सावित्रीला जोतिबा सारखी साथ दे ! 54

प्रस्तावना

मला आजही आठवत , लहानपणी आई सोबत जेव्हा मी एस टी ने प्रवास करायचो तेव्हा पळती झाडे पाहतांना तोंडातल्या तोंडात काही तरी पुट-पुटायचो तेव्हा काही माहीत नव्हतं पण आज मी ठाम पणे बोलू शकतो ती कविताच होती.अनं माझ्या कवी असण्याला तेथूनच सुरुवात झाली.माझ्या जांभोरी गावात छत्रपती शिवाजी महाराज ,शाहू महाराज ,महात्मा फुले ,सावित्रीबाई फुले ,डॉ.बाबासाहेब आंबेडकर ,अण्णा भाऊ साठे यांची संयुक्त जयंती साजरी व्हायची.

या जयंती मध्ये महापुरुषांचे विचार सांगितले जायचे व या विचारातूनच माझ्या मनात महापुरुषांचे विचार रुजले गेले. पुढे कॉलेजात गेल्यानंतर अनेक पुस्तके अभ्यासायला मिळाली. याच काळात अनेक कवी , व्याख्याते ,लेखक व समाजाप्रती आपुलकी असणारे मित्र मिळाले त्याच प्रमाणे समाजात अन्यायाच्या विरोधात लढा देणाऱ्या लढाऊ माणसांचा अनं वैचारिक माणसांचा सहवास मिळाला व समाजाकडे पाहण्याचा नव दृष्टिकोन स्थापित झाला.

आज ही सकस समाज घडवण्यासाठी अनेक अडचणी आहेत ,अनेक भेडसावणारे प्रश्न आहेत या मध्ये स्रियांकडे पाहण्याचा दृष्टिकोन,शेतकऱ्यांची अवस्था ,शिक्षणाचे प्रश्न,कामगारांचे प्रश्न ,भूमी हीन माणसांचे प्रश्न ,महापुरुषांना जातीचा लावलेला शिक्का , बेरोजगारी , भ्रष्टाचार, अंधश्रद्धा ,जातीयता आणि महापुरुषांचे विचार अमलात न आणता केलेले दैवीकरण असे अनेक प्रश्न समाजाच्या कल्याणात बाधा आणतांना दिसतात.

हे प्रश्न सोडवण्यासाठी प्रबोधन खूप गरजेचे आहे कारण प्रबोधनातून परिवर्तन होऊ शकत या गोष्टीवर माझा प्रचंड विश्वास आहे.

हाच विश्वास सार्थ करण्यासाठी मी काव्यसंग्रहाच्या माध्यमातून...

"क्रांतीच्या दिशेनं टाकलेलं" हे पहिल पाऊल......

प्रा.अक्षय साळवे

ऋणनिर्देश, पावती

काव्यसंग्रह लिहण्यासाठी प्रोत्साहन देण्यापासून ते काव्यसंग्रह कुठे छापावा इथपर्यंत लागेल ती मदत करणारा माझा सहकारी मित्र सुप्रसिद्ध शिवाव्याख्याते अँड गणेशजी प्रभाकर आंबडकर व काव्यसंग्रहातील शब्दांच्या चुका दुरुस्त करण्याचे काम ज्यांनी केलं ते निवेदन क्षेत्रातील माझे मार्गदर्शक संदीप देशमुख या मार्गदर्शक मित्रांचे मनापासून आभार व्यक्त करतो...

धन्यवाद !!!

1. क्रांतीच्या दिशेन...

शिवरायांचं शौर्य , जिजाऊंच धैर्य
फुलेंची समता , सावित्रीची ममता
शाहूंचा विचार , घटनेचा प्रचार
रमाईचा त्याग, क्रांतीची आग
भिमाची क्रांती, बुद्धाची शांती
घेऊन चल जाऊ, क्रांतीच्या दिशेने...
तुकोबांची वाणी , बिरसाची कहाणी
मानवमुक्तीची गाणी, शाहिरावांनी
समतेचा नारा , विषमतेवर मारा
गरिबांच्या हक्कांसाठी , खडा पहारा
देऊन भुकेलेल्यांच्या , चोचीत चारा
देत चल जाऊ, क्रांतीच्या दिशेने...
महिलांचा मान , कामगारांचा सन्मान
देशसेवा करणाऱ्यांचा सार्थ अभिमान
शोषितांच्या कथा ,शेतकऱ्यांच्या व्यथा
कवींसारख्या , लेखकांसारख्या
निर्भीडपणे मांडत , वक्त्यासारखा
देत जाऊ आवाज , क्रांतीच्या दिशेने...
समतेच्या मशाली ,पेटवू आपल्या दारी
भविष्याची होईल " शिक्षणाने " तयारी
दगड - बंदुकीने काहीच होणार नाही
लेखणीने युगा - युगाचा अंधार दूर जाई
अक्षय मानवतेचा विचार, सांगत राही
तो मानवतेचा विचार मांडुया, क्रांतीच्या दिशेने...
चल मानवतेची आरोळी देऊ, क्रांतीच्या दिशेने...

• 1 •

क्रांतीच्या दिशेनं...

2. महाराज तुमचं नाव घेणं खूप सोपं...

महाराज तुमचं नाव घेणं खूप सोपं
त्याहून सोपं तुमच्या जयंतीत डीजे समोर नाचणं
महाराज अवघड फक्त तेवढंच आहे
ज्या रस्त्यानं तुम्हीं चाललात त्या रस्त्यानं जाणं...
महाराज तुमच्या नावाची गगनचुंबी घोषणा देणं
खूप सोपं
त्याहून सोपं तुमच्यासारखी दाढी वाढवून ,
तुमच्या सारखा वेष परिधान करणं
अवघड असतं फक्त तुमच्या सारखं ऐश्वर्य असून
निर्व्यसनी राहणं...
महाराज तुमचं नाव एअरपोर्टला , मोठ्या शहराला , किंवा पंचतारांकित हॉटेलला देणं खूप सोपं
त्याहून सोपं तुमची मूर्ती प्रत्येक घरात , ऑफिसात , चौकात उभारणं
अवघड असतं, ते तुम्हीं ज्या प्रमाणे
परस्त्रीला माता समजत होता , न्याय देत होता.
त्या प्रमाणे माता समजून न्याय व आदर देणं...
महाराज तुमच्या नावावर राजकारण करणं ,
धर्मकारण करणं खूप सोपं पण ,
त्याहून सोप्पं तुमच्या नावावर घर भरणं ,
सत्तेच्या खुर्च्या मिळवण्यासाठी दोन समाजात
भांडणं लावून मलिदा खाणं
अवघड असतं तुमच्या सारखं आयुष्यभर रयतेच्या
सुखासाठी , न्यायासाठी सदैव झिजत राहणं...

क्रांतीच्या दिशेनं...

महाराज तुमच्या नावाचा छातीवर बिल्ला
लावणं खूप सोप्पं
त्याहून सोपं आपल्या मुलाचं नावं
" शिवबा " ठेवणं ,
अवघड असतं तेजस्वी , ओजस्वी ,पराक्रमी ,प्रजाहितदक्ष रयतेचा युवराज घडवणं...
बुलेटवर बसून काढलेला फोटो
फेसबुक , इन्स्टाग्रामवर डीपी ला ठेवणं सोपं
त्याहून सोप्प असतं भगवे फेटे बांधून
स्वतःला शिवकन्या म्हणून मिरवून घेणं
अवघड असतं जिजाऊ सारख पराक्रमी
होऊन " शिवबा " घडवणं.
अवघड असतं जिजाऊ सारखं पराक्रमी
होऊन " शिवबा " घडवणं...

3. माणसाची कविता

हाडा माणसांच्या कतली करतांना
बुद्‌ध नजरेसमोर आला पाहिजे...
दगडात देव शोधणे बरे नाही
माणसात देव शोधता आला पाहिजे...
संपती मोठी माझी , दरारा माझा मोठा
हिवणत असशील गरिबाला जर तू
माणूस म्हणून खोटा
होईल माणसा साऱ्या आयुष्याचा तोटा
पेरत जा माणुसकी ,हो माणूस म्हणून मोठा...
गाडीत सुख नाही अनं बंगल्यात सुख नाही
पैसा अडक्यात सुख नाही सोन्या चांदीत
सुख नाही.
बुद्‌ध येथे म्हणाला त्यागून सर्व काही
ठाव घे रे मनाचा बाहेर जगात सुख नाही...
येणार कोणीच नाही मदतीला या जन्मी
वाट शोध मानवा स्वतः घेऊन नवी उर्मी
युगप्रवर्तक साऱ्या जगाला सांगूलन गेला
अंत: दीप भव विचाराने उजळ धरणी !
आता तरी माणसा भान पाहिजे,
सुखाचं मनमोकळं रान पाहिजे...
दुःखावर मात करण्यास आज
तथागत बुद्‌धाचं विज्ञान पाहिजे...

4. आम्ही आदिवासी

कोण म्हणतं तुम्हीं वनवासी
कोण म्हणतं जंगलातील उपाशी
चिंध्या जाळून त्यांच्या
माणूस झालं पाहिजे...
ते म्हणतील तुम्ही वनवासी , आपण आदिवासीवर ठाम असलं पाहिजे...
ते म्हणतील तुमचा इतिहास तरी काय
ते बोलतील तुमचा अभ्यास अजून नाय
इतिहास आपला शोधण्यासाठी प्रत्येकानं
पेटलं पाहिजे...
बिरसा , तंट्या , राघोजींच्या विचारांनी
जीवन नटलं पाहिजे...
ते म्हणतील तुम्ही वनवासी
आपण आदिवासीवर ठाम असलं पाहिजे...
न्याय हक्कांच्या मागण्यांसाठी
जल ,जगलं ,जमिनीच्या रक्षणासाठी
रस्त्यावर उतरलं तर,
ते म्हणतील तुम्हीं नक्षलवादी
आपण मात्र
संविधानवादी असलं पाहिजे...
ते म्हणतील तुम्ही वनवासी
आपण आदिवासीवर ठाम असलं पाहिजे...
जल ,जमिन ,जगलं जपल्यानं
विश्वातील मानव जात जगणार हाय
निसर्गाच्या सानिध्याविना ऑक्सिजन

अक्षय पांडुरंग साळवे

मिळणार नाय
पर्यावरण जपणाऱ्या आदिवासी संस्कृतीचा
भेदभाव न पोसणाऱ्य नैसर्गिक संस्कृतीचा
आदर्शचं साऱ्यांनी घेतला पाहिजे...
ते म्हणतील तुम्ही वनवासी
आपण आदिवासीवर ठाम असलं पाहिजे...
काळ जसा बदलतो माणसानं बदलावं
ही निसर्गाची शिकवण,
आता प्रत्येकानं शिकली पाहिजे
त्या काळी होतं लढण्याचं साधन
बाण, विळा, कोयता
आता मात्र आपण पेनानं लढलं पाहिजे...
ते म्हणतील तुम्ही वनवासी
आपण आदिवासीवर ठाम असलं पाहिजे...

5. एकदा बाबासाहेब समजून घेता आला पाहिजे.....

जसा जातीवर गर्व केला जातो ,
जसा धर्मावर गर्व केला जातो
तसा माणुसकीवर गर्व करता आला पाहिजे
अन एकदा बाबासाहेब समजून घेता आला पाहिजे !
बाबासाहेब विशिष्ट जातीचा मनात ठेवून
समजून घ्याल
बाबासाहेब विशिष्ट धर्माचा मनात ठेवून
समजूत घ्याल...
तर तो भीमराव तुम्हांला कधिच कळणार नाही
नालंदा सारखं ज्ञान तुम्हांला कधीच मिळणार नाही !
दलितांचा उद्‌धार करता भीमराव पटतं नाही तुम्हांला,
शेतकऱ्या साठी लढणारा भीमराव तरी समजून घ्या
आदिवासीं साठी लढणारा भीमराव पटतं नसेल तर
कामगारांन साठी पेटणार भीमराव तरी उमजून घ्या !
खुशाल टीका करा भीमा वरती,खुशाल विरोधी बोला
खुशाल नाकाने डझनभर कांदे सोला
भारतातील सगळयात मोठं धरण,
वीजनिर्मितीचं कारण शोधून या
नदीजोड प्रकल्प नसल्यानं
कोरडवाहू शेतकऱ्याचं मरण
पिण्यासाठी पाणी नसल्याचं कारण, अभ्यासून या....
जात धर्म सोडून भीमराव एकदा समजून घ्या !
बाबासाहेब फक्त दलितांचा नेता बोलण्याअगोदर
शेतकरी आंदोलनातला बाबासाहेब तपासुन घ्या

खोती पद्धती मोडणारा ,शेतकऱ्याची पिडा तोडणारा
शेतकरी नेता एकदा आजमावून घ्या !
१९१८ साली सुद्धा भीमराव शेतकऱ्यानं साठी जागा होतो
The Small holding पुस्तकांत "हमीभाव"आणि
शेतकऱ्यांचा विकास महत्वाचा धागा होता.
२४ तास वीज ,२४ पाणी माफक दराने
सरकार कडे मागत होता !
आज कळतो स्वामिनाथन आयोग
त्या आगोदर मांडलेला प्रबंध भीमाचा
एकदा उमजून घ्या
शेतकऱ्यांचा बाबासाहेब एकदा समजून घ्या !
माणसाला माणुसकी नाकारणारी
मनुस्मृती जाळली पटतं नसेल तर
कामगारांना साठी केलेले कायदे ,
कामगारांना झालेले फायदे एकदा पाहून या
हिंदूकोड बिल आणि महिलांचं नातं समजुन घ्या !
देव धर्माला विरोध पटला नसेल तर
शूद्राचं जगणं एकदा जगून घ्या,
पाण्याच्या घोटासाठी आणि दगडाच्या देवासाठी
भीमाने केलेला संघर्ष एकदा जगून घ्या !
बाबासाहेब फक्त घटनाकार नाही,
भीमराव फक्त दलितांचा नेता नाही
रिझर्व्ह बँकेसाठी काम भिमाचे
अर्थशास्त्रातील योगदान भिमाचे
कोलंबिया आणि ऑक्सफर्ड विद्यापीठातील
स्थान भिमाचे समजून घ्या !
दलित ,आदिवासी ,मागासवर्गीय
साऱ्या भारतावर भिमाचे उपकार
त्या गूगल वर सर्च एकदा करून घ्या

क्रांतीच्या दिशेनं...

असंख्य पैलूंचा योद्धा भीमराव
एकदा तरी वाचून घ्या..........
एकदा बाबासाहेब समजून घ्या !

6. स्त्री अबला असते , मी मानलं नाही....

त्या काळापासून ते या काळापर्यंत पुरुषी मानसिकतेने
तिला कधी जाणलं नाही
तरी स्त्री ही अबला असते , किमान मी तरी मानलं नाही...
जगाच्या अस्तित्वासाठी तू लढलीस ,मी पुस्तकात वाचलंय
स्त्रीच कर्तृत्व काय असतं , माझ्या मनात साचलय...
त्या ज्योतीच्या सवित्रीनं किती मोठा इतिहास केलाय
चूल - मूल सांभाळणाऱ्या स्त्री सोबत न्याय केलाय
पुरुषी वर्चस्वाच्या उडवून चिंध्या चिंध्या
ज्योतीच्या सोबतीनं समतेचा प्रवास केलाय...
शिवबा रयतेचा राजा , उगाच नाही घडला
रयतेच्या हक्कांसाठी ,
सुलतानी सत्तांशी उगाच नाही भिडला
जिजाऊंच्या संस्कारांनी छत्रपती स्वराज्याचा घडला
जात धर्मासाठी नाही मावळा , माती साठी लढला
जिजाऊंच्या प्रेरणेतून , सुवर्ण महाराष्ट्र घडला...
घटनाकार भारताचा , त्याची जगात कीर्ती भारी
हक्क अधिकार घेऊनिया , नटल्या भारतीय नारी
रामूच्या त्यागाचा , कष्टाचा
भिम बोले , होऊ कसा उतराई
इतकी महान होती भिमाची रमाई...
तुझ्या कीर्तीचा पुरावा दिसतो ठाई ठाई
सांगू किती तुझी पुण्याई
इतकी कर्तृत्ववान होती आहिल्या आई
तू घडलीस, तू लढलीस अनं " इतिहास " सजलाय

क्रांतीच्या दिशेनं...

अक्षयच्या कवितेतून स्त्रियांचा , इतिहास रूजलाय...
मी शिवराय ते भीमराय वाचले
मी पाहिला इतिहास जगाचा
स्त्री चा सहभाग सोडला तर
अर्थ राहतचं नाही युगाचा...
म्हणून मी म्हणतो...
त्या काळापासून ते या काळापर्यंत पुरुषी मानसिकतेने
तिला कधी जाणलं नाही,
तरी स्त्री ही अबला असते ,किमान मी तरी मानलंच नाही,
तरी स्त्री ही अबला असते ,किमान मी तरी मानलंच नाही...

7. जे माझं काही तुझी पुण्याई

समतेच गाणं जे गातो ग आई
जे माझं काही तुझी कमाई !☺?
तुझ्या कष्टाचा, कसा होऊ उतराई
कीर्ती तुझी किती सांगू ग माई...
समतेच गाणं जे गातो ग आई
जे माझं काही तुझी कमाई !☺?
अशी तुझ्या पावलांची पुण्याई
झोपडीचे महाल झालेत ग बाई
भिर भिर पाखरं फिरे दिशा दाही
घेतात आकाशी उंच भरारी
समतेच गाणं जे गातो ग आई
जे माझं काही तुझी कमाई !
तुझ्या संघर्षाच चीज ग झालं
भीमानं किती मोठं नावं ग केलं
समाजासाठी किती सोसलं माई
फाटक्या लुगड्यात नांदली रमाई
समतेच गाणं जे गातो ग आई
जे माझं काही तुझी कमाई !
अंधारल्या होत्या दिशा दाही
अज्ञानाच्या पायऱ्या चढत जाई
तू शिकवली आम्हांला ज्ञानाची लढाई
आता घडतो , आम्ही लढतो
तुझ्याच पाई......
समतेच गाणं जे गातो ग आई
जे माझं काही तुझी कमाई !

• 13 •

क्रांतीच्या दिशेनं...

भिम झाला बाप अनं रमा झाली आई
तोडल्या साखळ्या विषमतेच्या बाई
गाव कुसा बाहेरचा शिकून साहेब होई
सारी रमा भिमाची पुण्याई
समतेच गाणं जे गातो ग आई
जे माझं काही तुझी कमाई !
तुझ्यामुळे मिळाला जगण्याला अर्थ
नाव तुझे टाळून माझे जीवन व्यर्थ
तुझ्यामुळे अक्षय कवी झाला आई
सारं माझं काही तुझीच पुण्याई
समतेच गाणं जे गातो ग आई
जे माझं काही तुझी कमाई !

8. तुझ्यावर प्रेम करण्या अगोदर

तुझ्यावर प्रेम करण्या अगोदर,
संविधानावर प्रेम करावं म्हणतो,
तुझ्यावर मरण्याआगोदर मरण्याआगोदर
संविधानावर एकदा मरावं म्हणतो !
तुझ्या सोबत हसण्याअगोदर
तुझ्यासाठी रडावं म्हणतो,
तुझ्यासाठी रडण्या अगोदर
संविधान बचावासाठी लढावं म्हणतो !
तलवार हाती घेऊन शिवबाची
विषमता गाडावी म्हणतो
बळीराजाचं सरकारं येण्यासाठी
शिवशाही पेरावी म्हणतो !
आवाज होऊन मुकनायकाचा
गर्जना सिहाची करावी म्हणतो
समता स्वतंत्र बंधुत्व तत्व देणारी
घटना आयुष्यभर जगावी म्हणतो !
मोठ्या मनाचा शाहू राजा तुझा
विचार ह्रदयात कोरावा म्हणतो
समतेची पंढरी कोल्हापुरी नगरीतून
माणुसकीचा विचारात पेरावा म्हणतो !
सावित्रीची लेखणी हातात घेऊन,
विद्रोही लिखाण करावा म्हणतो
मरणाशी घेऊन एकदा टक्कर
ज्योतीचा प्रकाश पाडावा म्हणतो !

क्रांतीच्या दिशेनं...

9. तु सर्वकाही

तुच माझ्या मनाची आस
तूच माझ्या जीवाचा श्वास
तूच जिंदगीचा शेवट माझ्या
तूच जीवनातील सुरुवात...
तूच युगपुरुष विश्वाचा
तूच शिल्पकार भारताचा
तूच युगप्रवर्तक जगाचा
तूच बोधिसत्व या युगाचा...
तूच अभिमान आमुचा
तूच स्वाभिमान आमुचा
तूच विद्रोह आमुचा
तूच योद्धा आमुचा...
तूच भारताचा पाया
तूच कायद्याचा राया
तूच गयेतील बुद्ध
तूच पिंपळाची छाया....
तूच ज्ञानवंत जगाचा
तूच सिम्बॉल युगाचा
तूच सर्वगुणसंपन्न
तूच नवनिर्माण युगाचा...

10. नीट वाच पोरी माझी पण कविता ...

बोलता येतं नव्हतं आपल्याच घरात
सावित्रीने समाजात बोलायला शिकवलं
लढता येत नव्हतं अनिष्ट परंपरे विरुद्ध
नीच परंपरेला सावित्रीने पेटवायला शिकवलं
नीट वाच पोरी माझी पण कविता !
शिकवतो जसा बाप तुला
सांभाळतो जसा बाप तुला
तसं ज्योतिबाने ही तुला शिकवलं होत
तुझ्या उद्धारासाठी
रूढीच्या छाताडावर पाय ठेऊन
तुला हि घडवलं होत.
नीट वाच पोरी माझी पण कविता !
भयानक दिसत होतीस
केशवपन झाल्यानंतर
धर्मातील सैतान जाळत होती
तुझा नवरा मेल्या नंतर
उपकार नको माणूस त्या राजारामाच
कृतज्ञ त्या विचारांशी होऊन बघ
नीट वाच पोरी माझी पण कविता !
नाकारलं इथल्या धर्म ग्रंथांनी तुजला
मानलं शूद्र इथल्या रूढींना तुजला
अडवली वाट तुझी मासिक पाळीच्या
काळात मंदिरात जाण्याची
आजन्म तुला श्रेष्ठ करणारी

समानतेचे अधिकार देणारी
संविधानातील तत्वे एकदा वाचून बघ
नीट वाच पोरी माझी पण कविता !
नाहीस तू अशक्त , तू लढाऊ बाणा आहेस ,
मानवाची उत्पती करणारी तूच सहारा आहेस
सामर्थ्य तुझ्या ह्रदयात , बळ तुझ्या मनगटात आहे ,
अन्याच्या विरोधात तू पेटलेला वणवा आहेस ,
तुझं खरं रूप एकदा तरी शोधून बघ
नीट वाच पोरी माझी पण कविता !
आज हि अन्याया तुझ्यावर होतो...
आज हि आत्याचार तुझ्यावर होतो...
जिजाऊसारखं पराक्रमी होऊन
शिवबा एकदा घडवून बघ
नीट वाच पोरी माझी पण कविता !

11. चल तुला आंबेडकर दाखवतो

शोधलं अनेकांनी त्याला बोद्धविहारात... !
तो कोणालाच भेटला नाही
शोधलं अनेकांनी निर्जीव पुतळ्यात
तो कोणालाच भेटला नाही !
डिजेवर्ती वाजवली गेली थयथयाट करणारी गाणी
विचार त्या घटनाकाराचा कोणाला पटलाचं नाही...
आपटली कित्येकांनी डोकी मिरवणुकीत
नाचले तुफानि,
चोरून दारू पिऊन ,
दिल्या घोषणा महापुरुषांचा विजय असो अशा
लाखोंचा खर्च केला जयंतीवर्ती दिलखुलास
शिकून संघटित होउन संघर्ष करण्याचा विचार
जयंतीतून दिसलाच नाही !
शोधणे चालू आहे त्याला
१४ एप्रिल जवळ आली आहे म्हणून ,
प्रत्येकाच्या मोबाईलवर स्टेटस ठेवण्यासाठी
फेसबुकवर वाजवली जातील गाणी दणक्यात
टिकटॉक वरून पाजलं जाईल ज्ञान भारताला
तो भीमराव कसा होता याचं !
शोधलं जाईल त्याला मूर्तीमध्ये !
पुजले जातील निर्जीव पुतळे एक दिवसापूरते
काचेच्या तस्वीरींना घातले जातील महागडे हार...
पेहेराव प्रत्येकाचा निळे फेटे आणि सदरे एकदम डोलात
छातीवरती जयभीम बिल्ला मिरवला जाईल थाटात !

अक्षय पांडुरंग साळवे

दिखाऊ पणा मुळे फक्त महापुरुषांचे भक्त व्हाल
विचारांना लाथाडून नकली अनुयायी बनाल !
भीमराव न वाचता, आचरणात न दिसता
घ्याल भिमाच नाव छाताड फुटेपर्यंत
व्हाल चळवळीतील गद्दार
दिसला न मजला पुतळ्यात भीम
दिसला न मजला तस्वीरित भीम
ते भीमतत्व शोधलं मनातून
पुस्तकं वाचून, ज्ञान ग्रहण करणे
समता स्वातंत्र्य आणि बंधुत्व पेरणे
या विचारातच मजला आजन्म
दिसतो भिम !
सांगणे भिमाचे अक्षय मांडतो आहे
डोक्यात घे भिमाला तत्व सांगतो आहे ,
नाचून कोणी मोठा दिसला न मजला
परिवर्तन जगाचे वाचून घडते आहे !
कोरोना रोगामुळे जयंती शक्य नाही
अशक्य झाले आता बेधुंद नाचणे ही
परिवर्तन होत नसतं नुसतंच नाचून
यंदा भिमाची जयंती साजरी करायची
घरात पुस्तके वाचून !
यंदा भीमजयंती साजरी करायची
घरात पुस्तके वाचून !

12. बाई

मन ओळखणारी अनं समजून घेणारी
संकटात सापडल्यावर धावून येणारी
चेहऱ्यावर पाहून "भाव" ओळखणारी
बाई हवी असते सर्वांना मैत्रीण म्हणून...
पाहून हसणारी अनं जराशी लाजणारी
नजरेनं तिच्या कित्येक घायाळ होणारी
पोर्णिमच्या चंद्रावाणी सुंदर असणारी
बाई हवी असते सर्वांना प्रियेसी म्हणून...
नाजूक नजरेची अनं सडपातळ बांध्याची
गुलाबी गालाची अनं चाफेकळी नाकाची
कुरळ्या केसांची अनं डाळिंबी ओठांची
बाई सर्वांना हवी असते 'बायको' म्हणून...
सार काही हवं असतं सर्वांना तिच्याकडून
तिला पाळी आल्यावर, कुठं माशी शिंकते
ते बसतात संस्कृतीचा बाता ठोकत घरात
बाई पाच दिवस घराच्या कोपऱ्यात बसते...
मुलगा मुलगी एकसमान फक्त बोललं जातं
पिंट्याला नवा शर्ट, उच्चशिक्षण दिल जातं
कीतीही "समानतेच्या" गप्पा मारू द्या इथं
पिंकीला आज ही झुकत, माप दिलं जातं...
प्रगती करतोय, आयुष्य घडवतोय पिंट्या
पिंकीच आयुष्य 'चूल अनं मुलात' जातं
इथपर्यंत अन्याय, थांबत नसतो आईचा
गर्भात पिंकीला बाई म्हणून मारलं जात...

अक्षय पांडुरंग साळवे

काहीच जास्तीचं नकोय त्या बाईला
काहींच जास्तीचं नकोय त्या ताईला
काहीच जास्तीचं नकोय प्रियेसी ला
काहीच जास्तीचं नकोय त्या आईला...
तू फक्त आयुष्यभर तिला समतेची वाट दे
अन्याया विरुद्ध खुल्या दिलानं साथ दे
ती नेईल उंच शिखरावर तुजला तू फक्त
सावित्रीला "ज्योतीबा" सारखी साथ दे...

13. संविधानाचं गाणं वाजू द्या

२६ जानेवारीला गण्या कॉलेजला गेला
भारत माता की जय आवाज घुमत होता
शिपायापासून प्राचार्यापर्यंत लगबग अनं
प्रत्येक पोराच्या चेहऱ्यावर आनंद भासत होता...
कॉलेजच्या सिस्टीमचाही आवाज कडक निघत होता
"ये मेरे वतन के लोगो " हे गाणं सारखं सारखं वाजवून
operator ही आपली "देशभक्ती" दाखवत होता
राष्ट्रध्वजाला सलामी देण्यासाठी सगळी मुलं आली
प्राचार्याने बेंबीच्या देठापासून
वंदे मातरम , भारत माता की जय अशी जोरदार घोषणा दिली
प्रजासत्ताक बनवणाऱ्या महामानवाची घोषणा कुठं दिसली नाही
अहो...
भारत माता हसली असेलही कदाचित ,
पण तुमच्या घोषणेतून लोकशाही दिसली नाही...
स्वातंत्र्य मिळालं १५ ऑगस्टला मास्तर
२६ जानेवारीला भारत प्रजासत्ताक झालाय,
१५ ऑगस्टच भाषण तुम्हीं
२६ जानेवारीला करून आलाय...
अहो छाती ठोक पणे सांगा ना ?
संविधान बनवण्यासाठी कोणाचा मोठा हात होता
या भारतीयांना हक्क आधिकार देणारा
कोण बाप होता
द्या की मास्तर गगनचुंबी घोषणा
भारतीय संविधानाचा विजय असो...!
बाबासाहेब आंबेडकरांचा विजय असो...!

घटनेचा विचार मास्तर
तुमच्या कृतीत दिसु द्या...
ध्वजारोहण करतांना , घटनाकारांचा फोटो
झेंड्यापाशी असु द्या !
समता स्वातंत्र्य आणि बंधुत्वाचा विचार
आता तरी सजला पाहिजे
ये मेरे वतन के लोगो गाणं लावू की , १५ ऑगस्टला
आता तरी मास्तर कॉलेजात
संविधानाच गाणं शाळेत गाणं वाजलं पाहिजे...
संविधानाच गाणं शाळेत गाणं वाजलं पाहिजे...

14. म्हणजे तू भीमापेक्षा मोठा झालास ?

एखादी संघटना काढलीस
काढला एखादा पक्ष भिमावरती
तत्व सोडलीस भिमाची
झोडलीस भाषणे पहाडी आवाजाने
म्हणजे तू भीमा पेक्षा मोठा झालास ?
लाख रुपये केला खर्च जयंतीवरती
हजारो रुपयांच्या मिरवणुका काढल्या
विचार बाजूला ठेऊन घटनाकाराचा
घातले प्रत्येक पोराच्या डोक्यात निळे फेटे
नाचलास पोरांना घेऊन बेधुंद मिरवणुकीत
म्हणजे तू भीमा पेक्षा मोठा झालास ?
तू झालास डॉक्टर, वकील, पोलीस ,
उच्च पदावर जाऊन बसलास
समाजाला विसरून आता
बंगला गाडीत बसून खुशाल
समाजाच्या गरिबीवर हसलास
म्हणजे तू भीमा पेक्षा मोठा झालास ?
झालास आज शिकून सवरून मोठा
भीमाच्या पुण्याईने संपतीचा वाटा
गरीबाच्या शिक्षणासाठी नसतील नोटो
गद्दार असशील भिम अनुयायी मोठा.
गाडीवर भीमाचा फोटो मिरवतोस गावभर
म्हणजे तू भिमा पेक्षा मोठा झालास?

अक्षय पांडुरंग साळवे

भीमाचा उद्धार करण्यासाठी तू चौकात आलास
भले तुझ्या चाहत्यांसाठी खूप मोठा झालास
पंक्तीत बसलाच नाही कोणताच विद्वान त्याच्या
तू खुशाल पोस्टरवरती भीमा शेजारी फोटो लावलास.
प्रश्न प्रत्येक फोटो लावणाऱ्यास
खरचं तू भीमा पेक्षा मोठा झालास ?

15. तर सत्तेमध्ये भागीदारी असती

जर का चळवळीत माझ्या
लाचारी झाली नसती,
तर सत्तेमध्ये वंचितांची ही
भागीदारी असली असती...
पाया पडून त्यांच्या अनं
गोंडा घोळत समोर...
कार्यकर्त्यांनी आपल्याच,
हुजरेगिरी केली नसती,
तर सत्तेमध्ये वंचितांची ही
भागीदारी असली असती...
नकोच होती गरिबाला गाडी
रहायला पाच मजली माडी
जर का भाषणापेक्षा तुमच्या
अर्धी भाकर मिळाली असती
तर सत्तेमध्ये कामगाराची ही
भागीदारी असली असती...
दिसतात इथे गल्लो गल्ली
सतरंज्या उचलणारे,
शेतकऱ्यांच्या प्रश्नाला सोडून
कामगारांच्या प्रश्नाला सोडून
महिलांच्या प्रश्नाला सोडून
स्वतःची घरे भरणारे...
जर का नेत्यांनी आमच्या
स्वतःची घरे भरली नसती

संविधाना प्रमाणे सत्ता
भारताची चालली असती
तर सत्तेमध्ये शोषितांचीही
भागीदारी असली असती...
आत्महत्याच सुरू आहेत
आज पर्यंत शेतकऱ्यांच्या,
बेरोजगारीत तरूण फिरतोय
दारोदारी
पेट्रोल, डिझेलच्या भावाची
किंमत गेलीया शंभरावरी...
आपल्या मुलांची काळजी
जशी असते नेत्याला घरी
तितकीच काळजी,
जर इथल्या जनतेची सुद्धा
प्रत्येक पक्षांनी घेतली असती
तर सत्तेमध्येमध्ये सामान्यांची
सत्ता असली असती...

16. रात्रीची झोप कशी येते ?

आम्हांला अच्छे दिन यावेत म्हणून , आम्ही तुम्हांला निवडून दिलं,
अच्छे दिनाच्या मोबदल्यात तुम्ही , आयुष्य आमचं रडवून दिलंत...
15 लाखचं विसरतो साहेब
निदान सब का साथ घेऊन,
सबका विकास व्हायला हवा होता.
आणि भारत होताच की कृषीप्रधान तसा
भारत विकसित व्हायला हवा होता...
स्किल इंडिया च्या नावावर भर दिला
तसा पोरांना रोजगार तरी हवा होता,
बँकांचा पैसा पळवून नेणारा
" निरव आणि मल्या "
जेलामध्ये तरी हवा होता...
गरिबांनी कर्ज बुडवलं तर त्याच जगणं तुम्ही
हातावर आणता...
व्यापाऱ्यांची कर्ज तुम्ही खुशाल माफ करून टाकता.
तरी तुमची निवडून येण्याची वाट मोकळी होते,
सांगा ना , रात्रीला तुम्हांला झोप कशी येते ?
सुशिक्षित बेरोजगार तरुणांच्या हाताला काम भेटत नाही.
बाप विचारतो आम्हांला आणि आई ही विचारते
आम्हांला,
तुम्हांला रोजगार का भेटत नाही?
कसं सांगणार आईला,
नोटबंदी ,ढासळलेल्या अर्थव्यवस्थेमुळे
काम कुठं भेटत नाही...

रोजगार देण्याचं आश्वासन पूर्ण झालं नसतांना
श्रीमंतीचा प्रवास एक्स्प्रेसने होतोय,
आम्ही मात्र हेलकावे खात गुराढोरांचं जीवन
लोकल मध्ये जगतोय...
वर्षातून एकदा कपडे घेणाऱ्या गरिबांचा प्रामाणिकपणा हटत नाही,
वेगवेगळे पेहराव करण्याची तुमची हौस अजून
फिटत नाही...
वर्षाला आम्हांला दोन कपड्यांची
जोडी पूर्ण होते,
भारतात दारिद्र्य असतांना,
तुम्हांला रात्रीला झोप कशी येते ?
अन्नाच्या शोधात, वणवण करणाऱ्या अर्ध्या भारतात,
तुम्ही .." लाखाचे कोट " घालता...
सरळ गरीबकाडे दुर्लक्ष करून तुम्ही आमच्या,
डोक्यावर बुलेट ट्रेन चा प्रकल्प आणता...
शेतकरी मदतीसाठी रडतोय , बेरोजगार कामासाठी
सडतोय , विद्यार्थी शिक्षणासाठी ओरडतोय...
बेरोजगारीमुळे आता डॉक्टर , इंजिनिअर, वकील शिपायाचे फॉर्म
भरतोय,
हजारो वेदनेचा बांध दररोज फुटतोय,
ही व्यवस्था सुधारणे तुमचे काम आहे.
असं असतांना,
तुम्हांला रात्रीला शांत झोप कशी येते ?
तुमच्या त्या लाखोंच्या कोटानी गरिबी हटते का ?
श्रीमंतांची तर पोरगी नटतेच प्रत्येक कार्यक्रमात,
तशी गरिबाची पोरगी लग्नात तरी नटते का ?
या दोन किनाऱ्यांचा दुरावा मिटवताना सरकार इथं
दिसतं नाही.
दुरावा मिटवण्याचं काम तुमच्यावर असतांना,

तुम्हांला रात्रीला झोप कशी येते ?
तुम्ही ट्रम्पला दाखवला विकास , त्या भिंतीच्या आडून,
पण तुम्हाला विकास म्हणजे काय कळलंच नाही,
बेरोजगार ,शेतकरी ,महिला ,सामान्य नागरिक महागाईने , हैराण
तुमचं लक्ष तिकडं वळलंच नाही...
सामान्यांचा प्रश्न ती जनता तुम्हांला सांगते ,
सांगा साहेब तुम्हांला रात्रीला झोप कशी लागते ?
विकसनशील भारताचा प्रवास अविकिसित राष्ट्रांकडे केल्याबद्दलच ,
आभार आपले मानलेच पाहिजे...
गोरगरीब शेतकऱ्यांसाठी जनतेनं ,
बळीचं राज्य आणलंच
पाहिजे...
लाखो रोजगार निर्मिती करणार तुम्ही , म्हणून आम्ही..
निवडून दिलं ,
त्या " निर्मिती च्या आखाड्यात गाजर दाखवून आम्हांला ,
चारी मुंडी चित केलं "...
आम्ही गटारात ,नाल्यात उतरून ,तुम्हांला स्वछतेची अनुभूती होते,
मला विचारायचं तुम्हांला,
रात्रीची झोप कशी येते ?

17. लॉकडाऊन...

साहेब तुमचं tv ला विधान पाहिलं अनं काळजात चर्र... झालं
पोटात भला मोठा गोळा आलाय ,
मन सुन्न अनं बैचन झालय ,
जणू ही इथली व्यवस्था रोज
आमच्या घरी येऊन आमच्या मुस्कडात
मारते, हा दिवसा-ढवळ्या भास होतोय !
साहेब...
मुलाच्या बुडाखालची गाडी
महिन्याला बदलण्या इतकं
सोप्पं वाटल का लॉकडाऊन
इथ हयात जाते गरीबाची
दोन चाकाची गाडी घेता घेता
कर्ज बाजारी होऊन त्यानं केली कशीबशी
हौस पूर्ण तरी
पण तुमच लॉकडाऊन त्याच्या हौशेला
जाळण्यासाठी पेट्रोलचं काम करत इथे, ज्यांच्या बैमानीने झोळ्या भरल्यात,
ज्यांना गडजंग पगाराच्या नोकऱ्या आहेत अनं ज्याच्या वाडवडीलांनी पिढ्यान् पिढया च
कमावलंय...
त्यांना लॉकडाऊन म्हणजे एन्जोय वाटत असेल सुद्धा
पण हातावरच पोट असणाऱ्या मजुराची
भुकेल्या पोटाने बसलेली बायको आणि पोर यांच्या डोळ्यातील वेदना पाहिल्यावर
हे लॉकडाऊन त्याला मरण वाटत हे विदारक सत्य...

क्रांतीच्या दिशेनं...

18. कायदा आमच्या बापाने लिहलाय ...

आमच्या बापाने संविधान लिहलं म्हणणाऱ्यांनी ,
संविधान कधी वाचलं का ?
वाचणं खुपचं लांब राहिलं किमान ,
घरात तरी दिसलं का ?
बंगल्यात भला मोठा बुद्‌धाचा, भीमाचा फोटो लावणाऱ्यांनी,
तथागत बुद्‌धाचं तत्वज्ञान कधी पाळलं का?
स्वतःचा स्वार्थ सोडून खितपत पडलेल्या समाजाकडे ,
लक्ष कधी वळलं का ?
बाबासाहेबांचा विजय असो ! अशी घोषणा देणाऱ्यांनी ,
अनं मीच नेता... मीच नेता म्हणत ,
स्वतःची " लाल " करणाऱ्यांनी,
समाजाची प्रगती कधी केली का ?
लढणाऱ्या पँथरची घरे उजाड पडली सारी...
मदतीला समाजाची मदत तरी आली का ?
समाजात स्वतःला बुद्‌धिमान समजणारे ,
डॉक्टर , वकील ,प्राध्यापक अनं शिकलेले सारे ,
न्याय हक्कांसाठीं रस्त्यावर कधी दिसले का ?
भिम म्हणाला धोका दिला शिकलेल्यांनी ,
या वर कधी शिकलेले विचार करत बसले का ?
भीमराज की बेटी गाण्यावर नाचल्या त्या जोरात ,
सन्मानाने आज वावरतात घरात ,
समाजाप्रती रमाईचा वारसा ,
रमाईच्या लेकींनी पेरला का ?
गाडी, बंगला,पैसा अडका असणाऱ्या

क्रांतीच्या दिशेनं...

सावित्रीच्या लेकींनी...
गरिबांच्या पोरांना शिकवण्यासाठी
हात कधी धरला का...
कुठली रमाई ,कुठला बाबासाहेब अनं कुठला संघर्ष...?
सारं सारं वाहून जातं,
सगळं महापुरुषांमुळे भेटलेल असताना सुद्धा, महापुरुषांच गुणगान जयंतीला होत...
सगळं महापुरुषांमुळे भेटलेल असताना सुद्धा, महापुरुषांच गुणगान जयंतीला होत...

19. दिसावं प्रिये...

दिसावं प्रिये शेतकऱ्याच्या बांधावर ,
त्यांची दुःख वेदना समजून घेतांना ,
करावा लेखा झोका महिनाभराच्या ,
किराण्यासाठी झालेल्या वेदनेचा !
दिसावं प्रिये कामगारांच्या चाळीत ,
सहभागी व्हावं आंदोलनात मोर्चात ,
द्याव्या तुफानी घोषणा गगनचुंबी ,
दाखवावा विद्रोह म्हणजे काय ?
पेटवावी दरी अन्यायाची बेधडक !
दिसावा तुझा वादळी संघर्ष
लावावी समतेची ज्योत अंगणी ,
सांगावं खेडोपाडी वाड्या - वस्ती
अंधश्रद्धा बिनबुडाची असते !
अन्याया विरुद्ध आवळाव्या मुठी,
तोडावे सगळे साखळदंड बिनधास्त !
घ्यावी लेखनी हातात सावित्रीची,
मिळवावे हक्क आणि अधिकार !
असावं स्वाभिमानी आत्मनिर्भर ,
सिद्ध करावी योग्यता समाजात,
होत असेल अन्याय प्रिये !
होत असे अत्याचार प्रिये,
मारा असेल प्रथा - रुढींचा
दिसावं प्रिये सदैव अन्यायी
रूढीं प्रथांना मातीत घालतांना !

क्रांतीच्या दिशेनं...

दिसावं प्रिये शिक्षण घेतांना ,
जसं सावित्रीच्या मुक्तांन घेतलं ,
विचारावा प्रश्न व्यवस्थेला
आजून "जातीयता" का जात नाही?

20. साहीबा

बरबटलेल्या व्यवस्थेला सलाम करणाऱ्या नेत्याला ,
गरीबाच्या टाळूवरील लोणी खाणाऱ्या नेत्याला ,
विचारावा वाटतो प्रश्न त्याच्याच स्टेजवर उभं राहून
साहीबा तुला लाज का वाटली नाही ?
पैशांसाठी गरिबाला लुटणाऱ्या,
भाड खाण्यासाठी पळत सुटणाऱ्या
हजार पाचशे च्या नोटेसाठी ,
स्वतःच्या पदाला विकणाऱ्या
अधिकाऱ्याच्या कक्षात जाऊन विचारावं वाटतं
साहीबा लाज कशी वाटली नाही ?
चहा पेक्षा किटली गरम असणाऱ्या
प्रत्येक कार्यालयात
चिरीमिरी घेऊन काम करणाऱ्या
त्या कर्मचाऱ्याला विचारावा वाटतो जाब
साहीबा लाज कशी वाटली नाही ?
टक्केवारीच्या मोहजालात बसलेल्या
पेडन्युज ने करोडाची संपत्ती असलेल्या
पत्रकारिता विकणाऱ्या त्या बिकाऊ
पत्रकारांना हातात कलम घेऊन विचारावं वाटतं
साहीबा लाज कशी वाटली नाही ?
पोटापेक्षा नोटेला महत्व देणाऱ्या
माणुसकीपेक्षा स्वार्थाला महत्व देणाऱ्या
गरीबाच्या पोटाला अन्न न देता
लाचारीचा पैसा बेधुंद उडवणाऱ्या ,
प्रत्येक समाज कंटकाला विचारावं वाटतं

क्रांतीच्या दिशेनं...

साहीबा लाज कशी वाटली नाही ?
चिकन आणि मटनासाठी
हजार पाचशेच्या नोटांसाठी
मतदान विकून सरकारच्या नितीधोरणावर
टीका करणाऱ्या,
मतदानाच्या दिवशी, मतदान न करणाऱ्या
भाडखाऊ मतदाराला विचारावं वाटतं
साहीबा लाज कशी वाटली नाही ?

21. अखेर छप्पन इंचाची छाती

आभाळ सारं फाटलं होत
नयनी अश्रू दाटल होतं
शेतकऱ्याच्या मानगुटीवर
काळ कायदं बसलं होत !
तडफडत होता शेतकरी
कायद्याच्या विरुद्ध
भांडवलदारांच्या हितासाठी
सगळं काही रचलं होतं !
अन्यायी कायद्याच्या विरोधात
शेतकरी पेटत होता
हरियाणा ,पंजाब,च्या जोडीला
महाराष्ट्र ही भेटत होता !
शेतकऱ्यांना रोखण्यासाठी
अश्रू धुराचा वापर झाला
पुढे जाऊन नये म्हणून
लोखंडी खिळा सुद्धा पेरला गेला !
सत्ता सगळी विरोधात त्याच्या
तरी तो शेतकरी काही डगमगला नाही
छप्पन इंच छाती होती समोर त्यांच्या
एक पाऊल ही मागे तो सरला काही !
कित्येक वेदना त्यांनी सहन केल्या
पण तो इथल्या सरकारा समोर हरला नाही
अखेर छप्पन इंच छाती समोर त्याच्या झुकली
पण तो बळीराजा कुणासमोर झुकला नाही!

❧❧❧

क्रांतीच्या दिशेनं...

22. युवा नेता...

तू त्यांना दादा म्हण, साहेब म्हण !
आबा म्हण किवा बाबा म्हणं !
तू त्यांच्या साठी मोर्च्या न उपोषण कर...
,घोषणा दे , लाठ्या खा ,
वाढदिवसाच्या निमित्ताने 2 बाटल्या रक्त देऊन,
म्हणवून घेत जा स्वतःला युवा नेता... !
तू स्वतःच्या बापापेक्षा जास्त
महत्व दे नेत्याला !
समोर आल्यावर पडत जा पाया
बापाला दवाखान्यात नेण्यापेक्षा
तू नेत्याच्या प्रचाराला जा अनं
म्हणवून घेत जा स्वतःला युवा नेता !
शाळा ,कॉलेज ,अनं महाविद्यालयांमध्ये
दांड्या मारून, अभ्यासाच्या नावाने !
बोंबाबोंब करून, नेत्याला पाहण्यासाठी ,
अनं सेल्फी घेण्यासाठी,
लावत जा मास्तर चुना
अनं म्हणवून घेत जा स्वतःला युवा नेता !
तू त्यांचे भले मोठे पोस्टर लाव
फेसबुक ,इंस्टावर स्वतःला !
युवानेता म्हणून प्रसिध्द कर
घरच्या अनं शेतातल्या कामांकडे
दुर्लक्षित करत , ५० चं पेट्रोल टाकून,
मेळाव्यांना हजेरी लावून
म्हणवून घेत जा स्वतःला युवा नेता !

आपल्याच नेत्याची लाल करण्यासाठी
तू भांडत जा आपल्याच मित्रांशी !
तोडत जा रक्ताची नाती
झोडत जा भाषणं...
अनं पटवून देत जा पक्षाचं महत्व
मंग त्यांनी वैचारिक तत्व बदलली तरी
अनं म्हणवून घेत जा स्वतःला युवा नेता !
नेत्याचा वाद निर्माण झाल्यास
तू तोडत जा ऑफिसं ,
फोडत जा काचा
घेत जा केसेस अंगावर
पाळत जा बंद
हातात पक्षाचा झेंडा घेऊन मिरवत जा
अनं म्हणवून घेत जा स्वतःला युवा नेता !
एवढं सार सार केल्यानंतर
नेता येईल भाषणाला...
ठेवील स्वतःच्या मुलाच्या खांद्यावर हात
अनं म्हणेल छाती ठोकत
हाच तुमचा पुढचा - आमदार, खासदार !
तू वाजव मस्तं टाळया ,शिट्या
अनं म्हणवून घेत जा स्वतःला युवा नेता !
खासदार नाही ,आमदार नाही
किमान झेडपी ,
अन पंचायत समिती तरी भेटेल
या आशेवर सारं आयुष्य जाईल
अनं प्रत्येक पंचवार्षिक ला तिकीट
नात्यात ,गोत्यात ,भावा - भावात
डिक्लेअर होईल....
आयुष्यभर सतरंज्या

अक्षय पांडुरंग साळवे

उचलत तू स्वतःला
म्हणवून घेत रहा...
!!!........"युवा नेता"..........!!!

23. जय भिमच्या निमित्ताने !

आज ही ते नाव ऐकल्यावर कित्येकांच्या कपाळावर
अढी निर्माण होते...
आज ही ते नाव ऐकल्यावर कित्येकांच्या पोटात भला मोठा गोळा
येतो
आज ही ते नाव ऐकल्यावर त्यांचा उल्लेख गाव कुसाबाहेरचा असा
होतो
आज ही ते नाव ऐकल्यावर त्यांचा संघर्ष अजून जगण्यासाठीच आहे
असं म्हटलं जातं
ते नाव म्हणजे " जय भीम "
पण इतकं संकोचित जयभीम शब्द कालही नव्हता,आजही नाही
आणि उद्या ही नसेल
जय भीम म्हणजे जातीचा प्रचार नव्हे
तर तो क्रांतीचा विचार आहे
दिन ,दुबळ्या ,शोषिताच्या
लढण्याचे हत्यार आहे.
जय भीम म्हणजे व्यक्तिपूजा नव्हे
तर तो रस्त्यावरचा नारा आहे
अन्याय अत्याचाराच्या विरोधातला
जोरदार मारा आहे
जय भीम म्हणजे माज नव्हे
तर तो मतदानातील 'राज' आहे
अदानी अंबानी कायद्यासमोर
समान आज आहे.
जय भीम म्हणजे रडणे नव्हे
तर ती लढण्याची आग आहे

• 46 •

अक्षय पांडुरंग साळवे

हक्क हवे असतील तर
संघर्ष करणं भाग आहे.
जय भीम म्हणजे फक्त वाक्य नव्हे
तर ती भलीमोठी चळवळ आहे
आरक्षण घेणाऱ्यांना अनं संविधानातुन
साहेब होणाऱ्यांना
नाव घेतांना वाटली जरी लाज
तरी हक्क देणारी जय भिम तळमळ आहे
जय भीम म्हणजे ध्यास नव्हे
तर तो अन्यायाच्या विरोधात
उभा राहणाऱ्यांचा श्वास आहे,
कष्टकरी ,कामगार , मजुरांच्या
घरात येणारा घास आहे.
जय भीम म्हणजे लाज नव्हे
भारतीय घटनेचा साज आहे
सर्वांना समान न्याय देणारी
"जय भीम" सुरुवात आहे
"जय भीम" सुरुवात आहे.

24. साहेब सांगा ना, तुमच्या आशेवर कुठंवर झुलायचं ?

गण्याच्या बापानं सावकाराकडे लाखभर कर्ज केलं
पोर साहेब होईल म्हणून,बंडीला सुद्धा ठिगळं दिलं
यंदा पण परीक्षेत, व्यवस्थापणाचा गोंधळ उडणार काय ?
कोणत्याच पोराच आयुष्य टांगणीला लागणार नाय
साहेब सांगा ना ,Mpsc ची परीक्षा वेळेवर होईल काय?
उच्च अधिकारी होण्यासाठी, आम्ही शहरात यायचं
छोट्याश्या खोलीत पाच जणांनी, कसंबसं राहिचं
परिस्थिती अंगावर झेलत, वेदनेवर मुक्त हसायचं
अनं तुमच्या तारीख प्रकरणामुळे आम्ही फसायचं
साहेब सांगा ना, तुमच्या आशेवर कुठंवर झुलायचं ?
कोरोनाचं कारण देत, नियमांचं परिपत्रक बनवायचं
सभागृहातील नेत्यांनीच इथं बंधन तोडायचं
केंद्रात परीक्षा झाल्या अन रेल्वेच्या परीक्षा झाल्या
आरोग्याच्या परीक्षा महाराष्ट्रात घडून आल्या
मंग Mpsc च्या परीक्षेला का वेगळं वळण द्यायचं ?
साहेब सांगा ना, तुमच्या आशेवर कुठंवर झुलायचं ?
आम्ही तुमच्या आदेशाकडे रोज डोळे लावून राहयाचं
परीक्षेचं नोटिफिकेशन तुम्ही वेबसाईटवर द्यायचं...
परीक्षा जवळ आल्यावर तुम्ही सिनेमासारखं... !
तारीख पे तारीख ,तारीख पे तारीख देत राहिचं
साहेब सांगा ना, तुमच्या आशेवर कुठंवर झुलायचं ?
तुम्हीच माय-बाप सरकार अनं तुम्हीच तारणहार
संकटात सापडलेल्या जीवांचा तुम्हीचं आधार
भावी अधिकऱ्यांच भविष्य का अंधारात ठेवायचं

अक्षय पांडुरंग साळवे

कोरोनाचे नियम पाळत, कोरोनाला टाळायचं
सुनियोजित व्यवस्थापन करून आयुष्य घडवायचं
साहेब सांगा ना, तुमच्या आशेवर कुठंवर झुलायचं ?

25. महान रमाई

भिमा तू जेवढा महान होतास
तेवढीच महान रमाई सुद्धा होती
भीमा तू जेवढा होतास विद्वान
तेवढी विद्वान रमाई सुद्धा होती !
भीमा जेवढा मोठा तुझा संघर्ष होता
तेवढाच मोठा संघर्ष त्या रमाई होता
तू पाया होतास भारताचा कोहिनूर
तुला घडविणार साज रमाई चा होता !
तू होतास घटनाकार भारताचा
भारताच्या विकासाचे दार तू होतास
शेण गोवऱ्या विकून घडवलेल्या
रमाईचा तू श्वास होतास !
नटवलं संविधानाने भारताला
पण ती रमाई कधी नटली नाही
भीमराव घडवण्यासाठी
रमाई आजन्म मागे हटली नाही !
आज दिसतात महिन्याला
सौभाग्यवती त्या...
शालू साठी पतिकडे हट्ट करतांना
साध्या चोळीसाठी रमाई माझी
भीमा कडे रुसली नाही
हसल्या असतील ...श्रीमंतीत सौभाग्यवती त्या
दुःखात रमाई सम कोणी हसलीच नाही !
तू होतीस म्हणून रमाई
भीमराव लढू शकला,

• 50 •

अक्षय पांडुरंग साळवे

तुझ्या त्यागानेच आई
बाबासाहेब घडू शकला !
त्याग रमा भीमाचा ,इतका विशाल आहे
उपकार जन्मोजन्मी हृदयात माझ्या राहे...
सांगतो अक्षय लेखणीतून सदा
भीमराव हृदयात माझ्या
आणि रमाई मेंदूत आहे !

26. मला पांडुरंग दिसतो...

अगणित काबाड कष्ट करून तो,
खुशाल राजावाणी हसतो,
दुःख त्याच्या मनातलं
त्याच्या मनात गिळत बसतो
त्याच्या निरागस पाणीदार
नजरेत मला पांडुरंग दिसतो !
माझ्या वर येणाऱ्या संकटाना,
तो त्याच्या छातीवरती पेलतो
मी मोठं व्हावं,याची कामना आयुष्यभर करतो
मला घेऊन नवे कपडे ,तो अंगावर फाटकी बनेल
पांघरतो,
त्या फाटक्या बनेलित मला पांडुरंग दिसतो !
टाचेवरती भेगा पडल्या
चपल्लचा नवा जोड त्याने काढला नाही
अनवाणी पायाने त्याने काटे तुडवले
पण त्या दुःखाने तो कधी रडला नाही
कृतज्ञ तो अक्षय आजन्म त्या पांडुरंगाचा ,
पेरणी करण्यास शब्दांची मागे सरलाच नाही !
पाहिले मी लखपती , करोडपती ,
भष्टाचारातून होतांना,
पाहिले मी अधिकारी
टेबलाखालून लाच घेतांना,
श्रीमंत होण्याची कला
नाय कळतं रे माझ्या बापाला
कामगारचं जगणं आयुष्यभर त्याच्या वाटेला !

अक्षय पांडुरंग साळवे

अमर्याद कष्टाचं जीणं तो रोज कारखान्यात जगतो
आयष्यभर दुःख पेलताना, मला माणुसकी शिकवतो ,
श्रीमंत असेल हि कितीही, भ्रष्टाचार करणारा
श्रीमंत असेल कितीही, टेबला खालून लाज घेणारा
पण इमानदारीने जगणारा बाप, मला जगात श्रीमंत दिसतो.
त्या इमानदारीत मला पांडुरंग दिसतो !

27. सावित्रीला जोतिबा सारखी साथ दे !

नाजूक नजरेची अनं सडपातळ बांध्याची ,
गुलाबी गालाची अनं चाफेकळी नाकाची ,
कुरळ्या केसांची अनं डाळिंबी ओठांची ,
बाई सर्वांना हवी असते 'बायको' म्हणून !
पाहून हसणारी अनं जराशी लाजणारी ,
नजरेनं तिच्या कित्येक घायाळ होणारी ,
पोर्णिमच्या चंद्रावाणी सुंदर असणारी ,
बाई हवी असते सर्वांना प्रियेसी म्हणून !
मन ओळखणारी अनं समजून घेणारी ,
संकटात सापडल्यावर धावून येणारी ,
चेहऱ्यावर पाहून "भाव" ओळखणारी ,
बाई हवी असते सर्वांना मैत्रीण म्हणून !
सार काही हवं असतं सर्वांना तिच्याकडून,
तिला पाळी आल्यावर, कुठं माशी शिंकते,
ते बसतात संस्कृतीचा बाता ठोकत घरात,
बाई पाच दिवस घराच्या कोपऱ्यात बसते !
मुलगा मुलगी एकसमान फक्त बोललं जातं ,
पिंट्याला नवा शर्ट, उच्चशिक्षण दिल जातं ,
कीतीही "समानतेच्या" गप्पा मारू द्या इथं ,
बबलीला आज ही झुकत, माप दिलं जातं !
प्रगती करतोय, आयुष्य घडवतोय पिंट्या ,
बबलीचं आयुष्य 'चूल अनं मुलात' जातं ,
इथपर्यंत अन्याय, थांबत नसतो आईचा ,
गर्भात बबलीला बाई म्हणून मारलं जात !

अक्षय पांडुरंग साळवे

काहीच जास्तीचं नकोय त्या बाईला ,
काहींच जास्तीचं नकोय त्या ताईला ,
काहीच जास्तीचं नकोय प्रियेसी ला ,
काहीच जास्तीचं नकोय त्या आईला !
तू फक्त आयुभर तिला समतेची वाट दे ,
अन्याया विरुद्ध खुल्या दिलानं साथ दे ,
ती नेईल उंच शिखरावर तुजला तू फक्त ,
सावित्रीला जोतिबा सारखी साथ दे !
सावित्रीला जोतिबा सारखी साथ दे !

www.ingramcontent.com/pod-product-compliance
Lightning Source LLC
LaVergne TN
LVHW090056230825
819400LV00032B/768

* 9 7 9 8 8 8 6 4 1 1 5 7 7 *